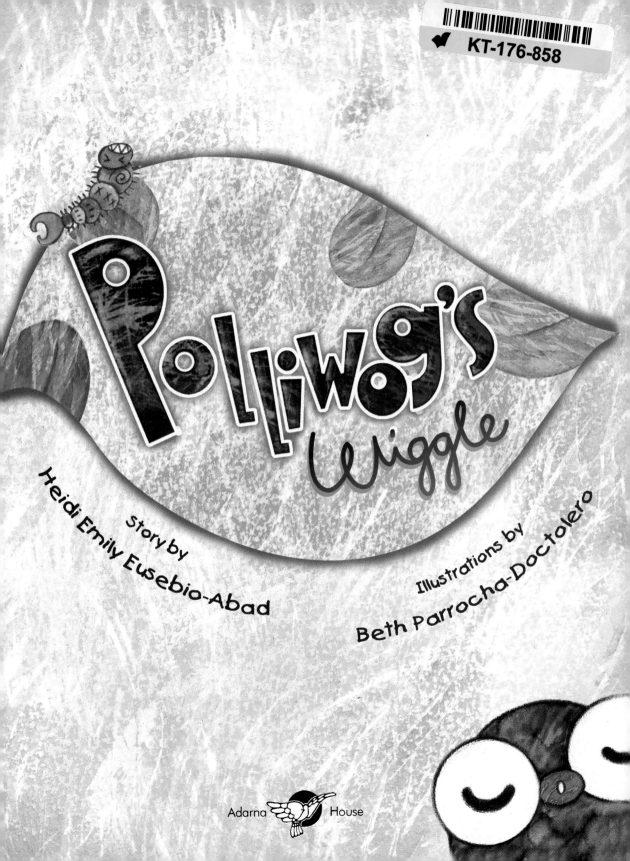

Polliwog's Wiggle

Story by
Heidi Emily Eusebio-Abad

Illustrations by
Beth Parrocha-Doctolero

Adarna House

In a swamp near a shade of mangrove trees
lived a group of small, silvery fish called minnows.
One day, while feeding upon some mosquito larvae,
they found a small, jelly-like ball
stuck on the roots of an old mangrove tree.
Because it was soft and transparent, they could see
a tiny, black, fish-like creature wriggling about inside.

Sa isang latian malapit sa lilim ng punong bakaw,
may nakatirang pangkat ng maliliit na isdang tabang.
Minsan, habang nagsasalo-salo sa kanilang pananghalian,
mayroon silang nakitang munting bola na nakadikit
sa ugat ng isang matandang bakaw.
Malambot ang bola.
May naaninag silang tila napakaliit
na isdang lumalangoy sa loob nito.

A few days later, the jelly-like egg seemed to change shape.
Suddenly, out popped a tiny, black fish
with a big head, some feathery gills, and a wiggly tail!
Because it had a rolly-polly shape
that wiggled its way through the water,
the minnows called it polliwog.

Makaraan ang ilang araw, nagbago ng anyo ang malambot na bola.
Biglang lumabas ang isang maitim at maliit na isda!
Mayroon itong malaking ulo, manipis na hasang, at malikot na buntot!
Naisipan ng mga isdang tabang na tawagin itong butete.

The silver minnows spent
most of their time
babysitting the polliwog.
The polliwog played
hide-and-seek with the fish.
It loved all the attention.
It felt like the most special fish in the swamp.
Among the group of smooth-gliding silver minnows,
the perky wiggle of the black polliowg stood out.

Inalagaan at binantayan ng mga isdang tabang ang bago nilang kasama.
Mahilig maglaro ng taguan ang butete.
Tuwang-tuwa ito sa atensiyong kaniyang nakukuha.
Pakiramdam nito'y siya ang pinakaespesyal na isda sa latian.
Sa pangkat ng mga isdang tabang na sabay-sabay na lumalangoy,
kapuna-puna ang malikot na buntot ng butete.

One afternoon, after a brief drizzle,
the polliwog and the minnows
spotted something that looked like
an oddly-shaped, moss-covered stone.
Suddenly, two, large, bulging eyes
blinked at them! A second later,
with a quick flick of the tongue,
the odd creature caught a mosquito!

Isang hapon, pagkatapos ng sandaling ambon,
may napansin ang butete at ang mga isdang tabang:
isang bato na may kakaibang hugis at nababalutan ng lumot.
Laking gulat nila nang dalawang malaki
at lumuluwang mata ang kumurap!
Biglang naglabas ang bato ng isang mahaba
at malagkit na dila
at nanghuli ng lamok!

"Yuck!" cried the polliwog.
"What weird thing is that?"
"A stone with eyes
and a tongue?" the stoutest
minnow whispered.
At this, the polliwog's
eyes widened.
"Those shifty eyes
are giving me the creeps,"
it said.
"It looks harmless,"
said the smallest minnow
in the group.
"Maybe it's just resting."
"Well, it should go rest
elsewhere," snapped the polliwog.
"I'd have to grow creepy,
bulging eyes first
before I allow that thing
into the water."

"Kadiri!" bulalas ng butete. "Ano 'yan?"

"Bato na may mga mata at dila?" bulong ng pinakamalaking isdang tabang.

Nanlaki ang mga mata ng butete.

"Kinikilabutan ako sa mga matang iyan," sabi ng butete.

"Hindi naman siya mukhang mapanganib," wika ng pinakamaliit na isdang tabang.

"Baka naman nagpapahinga lang siya."

"Naku, sa ibang lugar na lang siya magpahinga!" pabalang na sabi ng butete.

"Tutubuan muna ako ng malalaki at lumuluwang mata
bago ako pumayag na makasama 'yan sa tubig."

"Before you know it, our swamp will get crowded
with more of its kind."
The minnow with a yellow tail swam forward.
"But it's all alone for now," the minnow said.
"Maybe it needs a friend."
The polliwog refused to listen any longer.
It gulped in some water
then pushed the water out of its gills
to help propel it along.

"Di magtatagal, makikipagsiksikan na dito sa latian ang mga katulad niyan."
Lumangoy palapit ang isdang tabang na may dilaw na buntot.
"Pero nag-iisa lang siya," sabi nito. "Baka naghahanap siya ng kaibigan."
Ayaw makinig pa sa paliwanag ang butete,
lumagok ito ng tubig na inilabas din sa hasang upang makalangoy papalayo.

"Hmph!" it puffed, then swam away with an angry wiggle of its tail.
For now, the polliwog didn't want to be with its friends.
In the following days, the polliwog stayed
at the farther end of the swamp.
It pretended to enjoy the company of an old snail
clinging to a rotting branch which had fallen into the water.
It refused to join the minnows which were still curiously swimming
around the moss-covered rock.

"Nakaiinis!" sabi nito habang galit na ikinakawag ang buntot.
Ayaw munang makasama ng butete ang mga kaibigan nito.
Sa sumunod na mga araw, nanatili ito sa malayong bahagi ng latian.
Nagkunwari itong masaya kasama ang isang matandang kuhol
na nakakapit sa nabubulok na sangang nahulog sa tubig.
Ayaw nitong sumali sa mga isdang tabang na patuloy pa ring nag-uusisa
at lumalangoy sa paligid ng batong nababalutan ng lumot.

Everyday, the minnows would check
if the stone with bulging eyes was still there.
To catch their attention, the polliwog would puff itself up with air
to make itself look important.
However, the minnows were so interested in the new creature
that they did not notice the polliwog's growing moodiness.
Gradually, without noticing it, the polliwog would turn green
with envy each time the minnows would fuss
over the stone-like creature.
Since this happened often, the polliwog's shiny, black skin
took on a splotchy color of brownish green.

Araw-araw, tinitingnan ng mga isdang tabang
kung naroon pa rin sa pampang ang batong may lumuluwang mata.
Para mapansin, humihigop ang butete ng hangin at pinalalaki ang katawan
upang magmukha itong importante.
Dahil sa tuwa ng mga isdang tabang sa kakaibang bato,
hindi nila napapansin ang tumitinding kasungitan ng butete.
Tuwing pinagkakaguluhan ng mga isdang tabang ang hayop na mukhang bato,
hindi namamalayan ng butete na nagiging luntian ang kaniyang balat sa inggit.
Dahil madalas itong mangyari, ang kaniyang dating makintab at maitim na balat
ay nagiging pinaghalong kape at luntian.

To vent its anger, the polliwog would swim
and charge into a mound of pebbles.
Later on, a pair of hind legs grew
near the base of its wiggly tail.
These legs were good at knocking down pebbles.
By the time two stubby front legs also began to show,
the polliwog's tail had already shrunk.
Even the feather-like gills near its mouth
had disappeared.
Breathing underwater became difficult.
It now had to put its head
out of the water to gulp in air.

Para mailabas ang galit, lalangoy ang butete
at susugod sa tambak ng maliliit na bato.
Lumipas ang mga araw at dalawang binti ang tumubo
sa hulihang bahagi ng katawan nito, malapit sa buntot.
Mainam gamitin ang mga binting ito
sa pagpapatumba ng maliliit na bato.
Nang tumubo ang dalawa pang binti sa harapan,
halos mawala na ang buntot ng butete.
Kahit ang manipis na hasang malapit sa bibig ay nawala rin.
Nahihirapan na ang butete na magtagal sa ilalim ng tubig.
Kinakailangan nitong umahon upang makahinga.

Finally, the polliwog decided to go back
to where the minnows were playing.
But this time, it didn't wiggle.
It swam by kicking the water with its long hind legs.
"Hello there!" the minnow with the yellow tail called out.
"What's your name?"
The polliwog looked around.
There was no other swamp animal with it.
"Who? Me?" the polliwog croaked.
It croaked a deep, low tone.
It was not the polliwog's high-pitched chatter at all.

Sa wakas, nagpasiya na rin ang butete na balikan ang kaniyang mga kaibigan.
Lumalangoy na ang butete gamit ang mga binti sa hulihang bahagi
ng kaniyang katawan. Wala na ang malikot nitong buntot!
"Kumusta ka?" bati ng isdang tabang na may dilaw na buntot. "Ano'ng pangalan mo?"
Lumingon-lingon sa paligid ang butete. Wala naman itong ibang kasamang hayop.
"Sino? Ako?" kokak ng butete. Kumokak ito sa isang malalim at mababang tono.
Hindi iyon ang dati nitong matinis na tinig.

A few gnats flew above its head.
Instinctively, the polliwog rolled out its long,
sticky tongue to catch the insects.
"Yuck! This is disgusting! What's happening to me?"
But, it still couldn't stop the urge to gobble up
the nasty gnats stuck to its tongue.
"I'd have to grow creepy, bulging eyes first
before I do something like that again," it continued to croak.

Ilang maliit na lamok ang lumipad sa may uluhan nito.
Biglang inilabas ng butete ang mahaba
at malagkit nitong dila
at hinuli ang mga kulisap.
"Kadiri! Ano'ng nangyayari sa akin?"
Pero hindi nito mapigilan ang sariling lunukin
ang mga lamok na nadikit sa dila nito.
"Tutubuan muna ako ng malalaki
at lumuluwang mata bago ko gawin uli 'yon!"
patuloy nitong pagkokak.

"Polliwog," the stoutest minnow said. "Is it you?"
The polliwog let out a faint gargle this time.
It blinked its huge, bulging eyes.
It looked like it was about to cry.
"It is me," it croaked. "But it's not the old me."
"Wow!" said the smallest minnow.
"We thought you were the stone creature
that was here before. You look just like it now."

"Butete," sabi ng pinakamalaking isdang tabang,
"ikaw ba 'yan?"
Halos hindi marinig ang ungot ng butete.
Ikinurap nito ang malalaki't lumuluwang mata.
Tila mapapaiyak ito.
"Ako nga," kokak nito. "Pero hindi ako kagaya ng dati."
"Wow!" bulalas ng pinakamaliit na isdang tabang.
"Akala nami'y ikaw 'yung mukhang bato na nandito noon.
Kamukhang-kamukha mo kasi."

"Can I still be your friend?" the polliwog asked.
"Of course! Come, join us," said all the curious minnows.
"Are you sure you'd still like me for a friend?" the polliwog croaked.
"I've lost my wiggle. You liked me for my wiggle."

"Puwede pa ba ninyo akong maging kaibigan?" tanong ng butete.
"Siyempre naman! Halika, sumali ka sa amin," sabi ng mga isdang tabang.
"Sigurado ba kayong gusto pa rin ninyo akong maging kaibigan?" kokak ng butete.
"Nawala na ang malikot kong buntot.
Nagustuhan ninyo ko dahil sa malikot kong buntot."

"Yup," said the stoutest minnow. "We liked you for your wiggle…"
"And for your playfulness," the smallest minnow followed up.
"And even for your new, odd-looking self. Hop in and join us!"
the third minnow said with a wave of its yellow tail.
With that welcome cheer, the polliwog—now a frog and not a fish—
hopped for joy and leaped into the water
to play with its minnow friends.

"Tama," sang-ayon ng pinakamalaking isdang tabang.
"Nagustuhan ka namin dahil sa malikot mong buntot…"
"At sa iyong kakulitan," dugtong ng pinakamaliit na isdang tabang.
"Pati na rin sa bago at kakaiba mong hitsura. Halina, maglaro tayo!"
sabi ng isa pang isdang tabang sabay kaway ng kaniyang dilaw na buntot.
Dahil sa sinabi ng tatlong isdang tabang, ang butete—na isa palang palaka
at hindi isda—ay lumundag sa tuwa at tumalon upang muling makipaglaro
sa kaniyang mga kaibigan.

The Life Cycle of a Frog

A frog spends the early stages of its life in water. It starts inside an egg that its mother frog has laid on a shallow pond or other body of fresh water. The egg is covered with a jelly-like substance so it won't dry up as it floats on the water's surface.

Soon, the little creature grows and begins to move about inside the egg. After a few days, a *polliwog* (or a tadpole) wriggles out. It moves like a fish, wiggling its long tail as it explores its home and looks for water, plants, or insects to eat. The polliwog breathes through its gills like a fish, too! It doesn't have a neck so it looks very round.

As the polliwog grows, its tail disappears and legs begin to sprout from its body. Its gills disappear, too, and a pair of lungs start to develop. The polliwog now has to swim to the surface to breathe.

When its legs have all appeared and its tail completely gone, the small froglet is ready to leave the water. It may wait years to become a full-grown frog and start its own family.

Adarna House
Trademark of Adarna House, Inc.

First printing of the first edition, 2004
Second printing of the first edition, 2006
Third printing of the first edition, 2007

Printed in the Philippines
Published by Adarna House, Inc.

Story by Heidi Emily Eusebio-Abad
Illustrations by Beth Parrocha-Doctolero

ISBN 971-508-236-X

For comments and suggestions, you may call Adarna House at 372-3548 or write us
at 2/F FSS Bldg., 20 Scout Tuason cor. Scout Castor Sts., Brgy. Laging Handa, Quezon City,
or e-mail adarnahouse@adarna.com.ph.

Mga Aklat Adarna
~Unang Libro ng Batang Filipino~

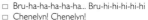